வாழ்வின் வருடல்கள்

அறம் , நீதி , வெற்றி துணை

சி சஞ்சனா ஸ்ரீ

ஏலே பதிப்பகம்

வாழ்வின் நெருடல்கள்
ஆசிரியர் ©**சி சஞ்சனா ஸ்ரீ**

முதற்பதிப்பு 2021
பக்கங்கள் 56

ISBN - 9789391423537

புத்தகம் வெளியீடு
ஏலே பதிப்பகம் மற்றும்

Motivative Thamizha

aelaypublish@gmail.com
phone – 9944992571

Aelay Publish
www.aelaypublish.com

முன்னுரை

வாழ்வில் இன்னல்கள் பல , வேதனைகள் பல . எத்தனை சிக்கல்கள் இருந்தாலும் சீரிப் பாய்ந்து வெற்றி பெற உழைத்து கொண்டே
இருக்க வேண்டும்.

தமிழ் என்றாலே கவிதை எனும் வாக்கியம்
பளிச்சென தோன்றும்.
கவிதை மழையே இப் புத்தகம்.

அகிலம் வணங்கி அறத்துடன் துவங்குவோம்!!

பொருளடக்கம்:

சி சஞ்சனா ஸ்ரீ

விவசாயி!!

நீ உதிரும் வேர்வையால் உலக மக்கள் அத்துணை பேரும்
உவகை அடைகின்றனர்.......

நீ உழைப்பதாலே ஊற்றில் தண்ணீர் பொங்குகிறது .....

சேற்றில் புரண்டு சோற்றை விளைவிக்கும்
மாமகான் நீயே......

சுட்டெரிக்கும் சூரிய ஒளியில்
சுடர் ஒளியாய் நீ பிரகாசிக்கின்றாய்!!!

சுண்ணாம்பு ஊற்றியது போல் வெந்து போன உம்
பாதத்திற்கு....
சுகம் தருவது விளைச்சல் தரும் அந்நிலம் தானே.....

உழவு செய்யும் உமக்கு கோடி
நன்றிகள் செலுத்தினாலும் போதாதே!!!

நான் என்ன செய்வேன்??

உம் பணி தொடர ....
உம் தோழர்களான மண்புழுவும் உதவ...

மனித நண்பர்களுமான அனைவரும் இணைந்து உழவு
செய்து நம் இயற்கையை அழிவிலிருந்து காப்பாற்றுவோம்...

பெண்மையின் பேராற்றல் !!

நான் சாதனைப்புரிய என் பெண்மையை
எண்ணி கொச்சினால் நீ மடையனடா...
மாந்தராய் பிறந்ததற்கு மகுடம் சூட்ட
வேண்டுமையா .....

பெண்மையை அடிமையாக்கி வாழ
வேண்டுமென்று துணியாதே ....
வீழ்ந்திடுவாய்....

ஏனோ நான் அறியேன்!!

அவ் விண் மீன் கூட்டம் விலை இல்லா
புன்னகை பூத்தது ...
ஏனோ சந்திரன் சட்டென சல சலத்து
போனது ...
சிறகடிக்கும் அப் பறவை கூட்டம் மெய்
மறந்து மேக முகட்டில் வீழ்ந்து விட்டத
ஏனோ....

இரு மனம் இணைந்ததனாலோ!!

உனக்காக கவி ....
எனக்காக நீ..
நமக்காக அத் தமிழ்...
திக்குமுக்காடுகின்றது
நம் காதலை வர்ணிக்க
வார்த்தை இல்லை என...
மொழி கூட அழியலாம் ஆனால் நம் காதல்
அழிய வாய்ப்பே இல்லை..
ஏனெனில் அது காதல்..

காலம் கரைந்தது!!

நினைத்த ஏதும் நிகழாதிருக்கவே
நிகழ் காலம் வெறுக்கின்றேன்....
அதை எண்ணி
வருங்காலத்தில் நினைத்த
நிகழ்வுகள் எல்லாம் நிகழ நினைத்தால்
கடந்த காலம் போல் கண்ணீர் சிந்தியே
கழிக்கின்றேன் என் வாழ் நாளை!!!

பட்டாம்பூச்சியின் நித்திரை!!

புதிதாய் பிறந்த பட்டாம்பூச்சியின் சிறகு
விரியத் தொடங்கியது.....

விரிந்து பறக்க தொடங்கிய அப் பட்டாம்பூச்சி

இப்பொழுது

சிறகடிக்க விரும்பாமல் புழுவாய் புதைந்து கிடக்கின்றது....

ஏனோ அனைவரும் இருந்தும்
தனிமையில் ஆழ்ந்து உள்ளது.....

ஆளும் பேரும் இருந்தும்

ஆழ்ந்த இருளிடம் மட்டுமே அழுகையும்,
ஆதங்கத்தையும் பகிர்கின்றது....

பகிர யாரும் இல்லாததால் இல்லை...
பகிர நினைப்பவர் இல்லாததாலே.....

ஒரு கூட்டில் இருந்தும் ஓரமாகவே
இருக்கிறது.... ஒதுக்கவும் இல்லை .....
விரும்பவும் இல்லை கூடி வாழ்வதை...
யாவருமே.....

தவறானது புழுவாய் மாறியதால் அல்ல.....

பட்டாம்பூச்சியாய் பிறப்பெடுத்து தான்.....

எதிரியை எதிர்த்து கூட வாழலாம் ஆனால் நாம்
விரும்புவர்கள் வெறுத்தால் ....?????????????????

சி சஞ்சனா ஸ்ரீ

விரும்ப யாரும் இல்லை .....வெறுக்க
உள்ளனர்....

ஏனோ தெரியவில்லை!!!

விரைவில் சிறகடிக்கும் இப் பட்டாம்பூச்சி
உலகை விட்டு ....

வெறுப்பை மட்டுமே சந்தித்த அப் பட்டாம்பூச்சி
யாவரின்அன்பையும் பெறவில்லை.....

தவறுகள்அனைத்தும் அதனுடையது என்று எண்ணியதால்....

உண்மையில் புரியவில்லை தவறுகள்
யாருடையது என்று.....

வீணாக பழி போட விரும்பவில்லை அப் பட்டாம்பூச்சியான
புழு.....

விரைவில் சிறகடிக்கும்....

நினைத்த நினைவுகள் நிகழ்ந்திருந்தால் வீணாக
சிறகடித்திருக்காது.......

மகிழ்ச்சியே!!

வெறுத்த யாவருக்கும் இனிமேல் வெறுக்க

வேலை இல்லையே!!

நாடு காக்கும் நம்மவர்கள்!!

நாடு காக்க நம்மவர்கள் அங்கே!!

வீரம் புரிந்த நம் வீரர்களைக் காண
ஈன்ற தாயின் பரிதாபம் இங்கே!!

ஏக்கம் இருந்தாலும் ஏவுகணை போல்
இருந்து தன் நாட்டினை காக்கிறார்கள்...

நம் நாடு காக்க நம்மவர்கள் படும் வேதனை விளக்க
இயலாதே!!!

வீழ்ந்து மடியும் இறுதி நொடி வரை நாடு காக்க
போராடுவார்களே!!

மலை மேட்டிலும் , ஆழ்ந்த இருட்டிலும் ,
அலை பொங்கும் நதியிலும்
தன் வாழ்வை வாழ்கின்றார்களே!!

நாடு காக்கும் அவர் பணிக்கு
அவர் வீட்டை நாம் காப்பது கடினமா ..என்ன??

ஒவ்வொரு வீரருக்கும் ஓர் குடும்பம் உள்ளது!!

அவர் குடும்பம் மட்டுமின்றி
நம் நாட்டையே காக்கும் அத் தெய்வங்களுக்கு
மரியாதை அளித்து பெருமிதம் கொள்வோம்.....

சி சஞ்சனா ஸ்ரீ

சாதனையாளர்கள்!!

உதிரம் சிந்தி உழைத்து உவகை
அடையும் தொழிலாளருக்கு மட்டுமே
தெரியும் உழைப்பின் பெருமை....
உழைப்பாளர் அல்ல அவர்கள் ..
சாதனையாளர்களே!!

கவியாளன் !!

சோகத்தை கூட சொர்க்க வார்த்தையால்
சொல்ல அவனால் மட்டுமே இயலும்.....
இன்பத்தை கூட இனிய வார்த்தையால்
இனிமை பொங்கும் அளவிற்கு விளக்க
அவனால் மட்டுமே இயலும்.......
சுகத்தினையும் , துக்கத்தினையும்
உரிமை கொண்டு பகிர இயலாததால்
எம் தமிழ் வார்த்தையோடு இணைந்து
மகிழ்கின்றான்.. மீள்கின்றான் .....
கவிஞன்
சோகம் கூட உன் சோக வார்த்தையால்
சோகத்தை விட்டு மீளவில்லை............

உலகை உருவாக்கியபவள்!!

அகிலம் உருவானது அவளாளே!!!
அகிலம் இயங்குவதும் அவளாளே!!!

அகிலம் அழிய வேண்டும் என்றால்
அவள் ஒத்துழைக்க வேண்டுமே!!

அவளே இப் பூமியினை விட்டுச் சென்றாலும்
அவள் இவ்வுலகை அழிக்க ஒப்புக்கொள்ள மாட்டாளே!!!

ஏனெனில் அவள் பெண்மை அவளை
ஒப்புக் கொள்ள விடாது!!

அதுவே அவளின் சிறப்பு

அப்பெண்மையால் மட்டுமே இப்பூமி
நிலைத்த மனிதர்களுடன் இயங்கி
வருகிறது!!

அவள் குழந்தையாக, உடன்பிறப்பாக,
மனைவியாக ,தாயாக ,பாட்டியாக
எத்தனை பாத்திரத்தில் இருந்தாலும்

அவளின் பெண்மை அவளை சுத்தி உள்ள அவள்
உடையவர்களை அரவணைத்து அன்பு ஒன்று மட்டுமே
செலுத்த வைக்கிறது!!

இதுவே பெண்மை!!!

அப் பெண்மையால் அரவணைக்கவும்
இயலும் ..... அழிக்கவும் இயலும் ....

அவள் அழிக்க நினைத்தால் ஆதியும்
அழிந்து அவ் வான்பரப்பில் வெடித்துச்
சிதறும்...

இதுவும் பெண்மையால் நிகழும்!!!

அந்த ஆக்கிரோசம் நிறைந்த
பெண்மையை காணவிரும்பினால்
நீ உயிர் வளி பெறுவதே சிரமம்!!

ஆகவே பெண்மை போற்றி பெண்

வர்க்கத்தை மதித்து ஆயுள் பெறு!!!!

சி சஞ்சனா ஸ்ரீ

காக்கும் மருத்துவர்கள்!!

வாளால் அறுத்துச் சுடினும் மருத்துவன் பால்
மாளாத காதல் நோயாளன் போல்
என்ற குலசேகர ஆழ்வாரின் பாடலுக்கு
வித்தாகும் இன்றைய உலகு...........

மருந்து பாதி மருத்துவம் பாதி என்ற
சொல் வழக்கு உண்டே!!!!

மருந்தளித்து மனிதனை குணப்படுத்தினாலும்
மருத்துவரின் பங்கினை குறைக்க முடியுமா???

ஆள அதிகாரம் இருந்து என்ன பயன்??

அறிவாற்றல் இருக்க வேண்டுமே!!
மருந்தளித்தால் மட்டும் போதுமா ??

நோயாளிக்கு ஏற்ற அறிவுரையும் ,அன்பும் யார் அளிப்பர்??

உயிர் அளித்தது கடவுள் என்றால்
உயிர் காக்கும் மருத்துவர்களும் கடவுள் தானே....

மாய உலகு மகிழ்ச்சியே!!

கதையும் , கற்பனையும் நிறைந்த உலகு
சுவாரசியமாக தான் இருக்கும் !!
நாடகமும் , நிழலும் இல்லா உலகு சற்று
வெறுப்பாக தான் இருக்கும் !!
நிழல் ஒன்றை நம்பி பகை ஒன்றை சூடி
வெற்றி அடைய வேதம்
வழிவகுக்குமோ??

அடிமைத்தனம்!!

அடிமைப் படுத்துவது தவறு என்றால்
அடிமையாக இருப்பதும் நம் தவறு தானே!!
வீரம் இருந்தும் வெகுளியாக இருப்பது
கோழைத்தனம் தானே!!

ஒலித்திடும் ஓசை!!

புத்தம் புது ஓசை !!
பளிச்சென ஒளிச்சிடும் சூரிய ஒளி கண்டு
அத் தாமிரபரணியில் தாமரை இதழ்கள்
மெல்ல விரிந்து ....
தண்ணீரை சிலுப்பி தலை உயர்த்தி
பார்த்தது ....
இதழினின் பாய்ந்தோடும் இன்னிசை
என்னிடத்தில் ஏதோ ஒன்றை திருடிச்
சென்றது என்று பதறுகிறது...

வீரம் கண்டு கோழை ஆனதடா!!

சிற்பிக்குள் கண்டெடுத்த மதிமுதல்
முத்தடா நீ..

நாற்றிசைக்கும் நிகரில்லா
நிகர் அரசன் நீயே...

உன் மூர்கத்தில் முடங்கி விட்டதடா...
உன் அறிவாற்றல் கண்டு அஞ்சி ஓடுகின்றது...

உன் வீரம் கண்டு கோழை ஆகி விட்டதடா..
அக்காட்டின் இராஜாவே !!

வாழ்த்து!!

நீல வானில் கார்மேக ஓரத்தில் வேலியில்
ஓர் நட்சத்திரம் பளிச்செனெ ஒளிச்சிட்டது..
பிறகு தான் தெரிந்தது அதன் அகவை
தினம் இன்றென என்று ... ஆரவாரத்தில்
அத்துனை மகிழ்ச்சியுடன் ஒளிக்கின்றது
என்றும் இன்று போல் ஒளிக்க ஆசிக்கிறேன்...

நீண்ட நாள் நினைபுரியா நிம்மதி பெற்று
நீங்காப் பயணித்து இவ்வுலகில்...
நிலைத்து நிற்க விரும்புகிறேன்

உழைப்பின்றி ஊதியம் அல்ல!!

திரவியம் ஒன்று திரட்ட
திரை கடல் தாண்டி
பயணிக்க வேண்டுமோ ??

உணர்ந்தாலே உள்ளம் புரியும்!!

கவி என்பது காகிதத்தில் இருக்கும்
வெறும் மை அல்ல.

உள்ளத்திலிருந்து எழுதும் உன்னதமான
சொல் மட்டுமே...

உதட்டில் இருந்து படித்தால் காற்றோடு
கலந்து கரைந்து விடும்...

கனல் மூல உள்ளத்தில் இருந்து படித்தால்
மட்டுமே உணர்வு பொங்கும்..

சி சஞ்சனா ஸ்ரீ

ஏவுகணை நாயகன்!!

விண்ணில் ஏவுகணை எய்தி
விண் உலகையே வியக்க வைத்தாய்..

விந்தை பல புகுத்தி வித்துக்கள் பல
விதைத்துள்ளாய்..

உம் ஏவுகணை உம்மை பிரிய
மனமில்லாமல் ...

யாவரும் காண எல்லைக்கு அழைத்துச் சென்றதோ..

உம் உயிர் எங்களை விட்டு பிரிந்தாலும்
நீர் விதைத்த விதையும் .. நீர் ஆற்றிய
விந்தைகளும் , உம் நினைவுகளும்

எங்களை விட்டு நீங்காது....

_ APJ

உறவுக்காக!!

எதிரும் புதிருமான என் வாழ்க்கையில்
ஏக்கங்கள் அறிந்து அரவணைத்தாய்
என்னை...

ஏமாற்றங்கள் நிறைந்த என் வாழ்வில்
ஏந்திய மெழுகுவர்த்தி போல் வழி காட்டினாய்.....

சொந்தங்கள் பல இருந்தாலும் சொந்தமாக நீ மட்டுமே....

சொல்லி புண்படுத்தும் சொந்தங்கள் இடையே சொல்
வளர்த்து பகை சூடினாய்...

சோகம் தனித்து சுகம் உயர்த்தினாய்....

நீ மட்டுமே ....

சி சஞ்சனா ஸ்ரீ

உலகை நெறிப்படுத்தும் என்னவர்களே!!- ஆசிரியப் பெருமக்கள்.

மேகம் போல் கரைந்து நீர் ...

இயற்கை தந்த வரமாய் மரம் போல்
உயர்ந்து நீர் ...

கல் செதுக்கி சிலை உருவாக்கும்
சிற்பியாய் நீர் ...

இருந்து

ஆற்றல் கொண்ட அகிலத்தை உருவாக்கும்

என் *ஆசிரியப் பெருமக்களே* நீர்...

"வாழ்க"

மூதாதையர்!!

தினம் திகைக்கின்றேன்
தீராது உழைத்து மட்டற்ற மகிழ்ச்சி
அடைந்த எம் மூதாதையரை கண்டு!!

சி சஞ்சனா ஶ்ரீ

நட்புக்காக!!

பிறந்த பிறப்பு பிறை நிலவாய் இருக்க
விரும்பாமல் .... பிறப்பிற்கு பெருமை
சேர்ப்பவள் நீயே!!

பிஞ்சும் , காயும் கசந்திடவே பழமும் ,
கனியும் போல் இனிதாய்
வாழ்ந்திடுபவள் நீயே!!
பெற்றவள் பேர் அறிந்து பெருமூச்சு
விடும்படி சரித்திரம் படைக்க
இருப்பவளும் நீயே!!

தீது அறிந்து தீ போல் எரிந்து எதிர்வரும்
தீமையை எரித்து பஷ்பமாக்க
துணிந்தவளும் நீயே!!!
தூணாய் இருந்து துரும்பாய் பயணித்து
இவ்வுலகுக்கு கிடைத்த
பொட்கிஷமடி நீ......

விரிந்த இந்த நிலப்பரப்பில் ..
விரிசல் உடன் தொடங்கியது தானே
நம் பயணம்....

அகம் பார்த்து கூட பேச விரும்பாத நம்
நினைவுகள் இன்று

சுக்கு நூறாகி விழுந்த பொய் பிம்பம்
போல் தோற்றமளித்த மாயாஜால கண்ணாடி உடைந்தது
நம் நட்பால்....

எதிரும் புதிரும் நிறைந்த நம் பயணத்தில் ஒற்றை வார்த்தை
கொண்டு தானே அலங்கரித்தோம் ... ~நட்பு~

ஏனோ இறைவன் மோதலுடன் நம்மை

பூமி கயிற்றில் பின்னி பிணைந்து
வைத்திருந்தான்...
சண்டையிட்ட சகலம் அறிந்து
(நாம்) ஒன்றிணைந்தனாலயோ
நம் பந்தத்தை இருக்கிப் பிணைத்து
வைத்திருக்கிறான்... பிணைத்தது

பிரியாமல் இருக்க வேண்டி
தொடருவோம்...

வண்ணத்திற்கு ஒளி ஊட்டுபவளே!!
வண்ணத்துப்பூச்சி போல் சிறகடித்து பறப்பவளே!!
தித்திக்கும் அழகியவளாகும் !!

திகட்டாத பேச்சுடையவளாகும்!!
அனைத்து மனங்களையும் அன்பால் கவருபவளாகும்!!

அந்த பிரம்மன் உன்னை படைத்ததன் காரணம் என்ன? -
என் இனியவளே!!

பெண் பிள்ளை வரம் கேட்டு "ஏந்திய" பெற்றோருக்கு
கடவுளின் அன்பு பரிசாய் கிடைத்தது
*அம்மளவாணவேந்தளலில் ஓர் பொக்கிஷம் !!!-அவள் நீயே

அஞ்சாத குணச்சித்திரம் படைத்தவளே!!

எஞ்சிய தீய குணங்களை உடைய மனித மிருகங்களை
அளிக்க பிறந்தவளே!!

தீ போல் வேகத்தை கொண்டு தீராத வெற்றி பெற
இருப்பவளே!!

சி சஞ்சனா ஸ்ரீ

உன் வாழ்வின் இறுதி நிமிடங்கள் வரை மற்றவர்களுக்கு
உதவி செய்ய துடிப்பவளே!!
உன்னை என்ன என்று புகழ்வது!!

என்னிடம் வர்ணிக்க வார்த்தை இல்லை:
இருந்தால் உரைப்பாயாக.........
முயற்சிக்கிறேன் வர்ணிக்க...........

எங்கே தொடங்க?? எங்கே முடிக்க??
தெரியவில்லை.....
பழகிய நாள் முதல் !!
பழகிக் கொண்டிருக்கும் இந்நாள் வரை!!
பாரபட்சம் பார்க்காத நற்பண்பு கொண்ட

என் அன்புமிக்க தோழியே !!
நான் சரியும் பொழுது தூணாக இருந்து
என்னை நிலை நிறுத்திக் கை
கொடுப்பவள் (கொடுத்தவள்) நீ தானே!!

என் கண்ணீரை துடைத்து கபடமில்ல
புன்னகை பூக்கச் செய்பவளே!!

நான் சந்தித்த என் வாழ்வின் அற்புத ஜீவன் நீயே!!

தெரியாதவற்றை கற்றுக் கொடுத்தாய்!!

தெரிந்ததை செயல்ப்படுத்த தூண்டுகோலாய் இருந்தாய்!!

எனக்கு சிறப்பு சேர வழிகோலியாய் இருந்தாய்
(*இருப்பாயாக*)!!

நற்பண்புள்ள நல்ல விஷயங்கள் நிலைக்க வேண்டுமென்று
எண்ணும் நீ நம் நட்பய் தொடர்வாயா??

தொடர வேண்டும் என்று விரும்புகிறேன்
விருமிபினால் தொடரு!!

எண்ணம் போல்!!

சிந்திக்க ஆரம்பித்தால் சிலை கூட
சிதறுவது போல் காண்கிறேன்........

சில விஷயங்களும் அப்படித்தான்

கூர்ந்து நோக்கினாலே ஜாடியில்
உள்ள நற் கூறுகளும் , தீதுகளும்
தெரியும்.....

தெரிய வேண்டியது தெரிந்தால் போதும்
ஹஹஹ்தேவையில்லாதது தெரிந்து கொண்டு

மனம் வாட விரும்பவில்லை...

சி சஞ்சனா ஸ்ரீ

என்னவள் - தமிழ்!!

அழகிய நிலாவே!!
அமிழ்த கவிதையே!!
தமிழின் பெருமை கண்டு
போங்காசப்படுகின்றாயோ??

மழலைப் போல் ஆடிப் பாடி என்னை மண்
மணமீ உணரச் செய்த என் அழகு
மயிலே..

ஆதியையும் ஆளும் என் அன்னைத்
* தமிழே*....

இருவருக்குமே என்னால் கவிதை
பொறிக்க இயலவில்லை........

உந்தன் அழகாலும் ,வீரியத்தாலும் என்
எழுதிறனை தோற்கடித்து விட்டீர்களே!!

அழகிய கவிதை ஒன்று பிறந்தது

தமிழ் என்னும் பெயரிட்டு........

தனிமை!!

தனிமையும் வெறுத்தேன்....
தனிமையும் என்னை வெறுத்த பொழுது....

செயல்!!

செயல் ஒன்று செயற்கையால்
ஆனாலும்...

செய்கின்ற நீ இயற்கையால் உருவானவன் தானே ....

ஏழை மாணவன்!

கிழிந்த சட்டை அழுக்குப் பை
புத்தம் வாங்க போராடும் மனம்
உணவுக்கு ஊசல் ஆடும் வயிறு
சாதிக்க வேண்டும் என்ற வைராக்கியம்
தாய் தந்தையர் படும் வேதனை போக்க
விண்ணை சாதிக்க நினைக்கும் மூளை

ஏழை மாணவனின் _ குறள்

சி சஞ்சனா ஸ்ரீ

தாத்தா!!

ஊஞ்சல் ஆட்டி உறங்க வைத்தாய்
தூங்காமல் இருந்த போது உம் தோல் மீது சுமந்து சொர்க்க பூமி காண வைத்தாய்

தத்தி தரையில் தவழும் போது உம் கையில் தூக்கி வானம் பார்க்க செய்தாய்

எதிலும் பொய் பேசா நீர் நான் உண்ணாமல் இருக்க
உணவூட்ட பொய் உரைத்தாயே

கோடை விடுமுறை முடிந்து வீடு திரும்பும் நேரம் என் மனம் உம்மை
காண முடியாதென்று பரிதவிக்குமே

எனக்கு விடை தெரியாத என் பிரச்சனை உம்மிடம்
உரைத்தால் மறு நிமிடம் பிரச்சனை பறந்து விடுமே

உலகில் எனக்கு கிடைத்த பொக்கிஷம் நீயே

தாத்தா

மாயாஜாலம்!!

வளைந்தோடும் நதியில்
துள்ளி விளையாடும் மீன் கூட்டங்கள்
கரையோரம் சாய்ந்தாடும் மரங்கள்
தண்ணீர் அல்ல வந்த பெண்டீர்களை
சிறை செய்து சிலையாக்கி ரசித்து
கொண்டிருக்கிறதுகளோ....

சி சஞ்சனா ஶ்ரீ

இயற்கை!!

இசைந்தோடும் நதி
புகுந்து விளையாடும் தென்றல் காற்று
சல என சாய்ந்தாடும் மரங்கள்
ஏவுகணை செலுத்தி பார்க்கும் அளவிற்கு உயர்ந்த மலை மேடுகள்
கூச்சலிட்டு கூட்டு சேர்க்கும் பறவை இனங்கள்
கல்லுரசினால் எழும் நெருப்பு

பாய்ந்து பசி ஆற்றும் விலங்கினங்கள்
விலை மதிப்பில்லாத இம் மண்ணிற்குள் விலை உயர்ந்த பொருட்கள்
உயிர் கோலுக்கு உயர்வு தந்த மனித இனங்கள்

இன்னும் பல உன்னால் உயிர் ஊட்டப்பட்டது தானே

இயற்கை

காதல்!!

உன்னுள் நான் என்ற உணர்வும்
என்னுள் நீ என்ற உணர்வும் தான்
நாம் என்ற உணர்வை உருவாக்குகிறதோ?

தவறு இழைத்தேன்!!

தெரிந்தே தவறு செய்ய
நான் அனைத்தையும் அறிந்தவள் இல்லை...
எனினும் தவறு என்பது தவறுதான் ஒப்புக்கொள்கிறேன்...

தெரியாமல் செய்ததற்கு இவ்வளவு வேதனை
கிடைக்குமென அக் கடவுளுக்கு தெரிந்திருந்தால் ...

எனக்கு இந்த உயிர்வளி கோலில் உயிர்
கொடுக்காதீர்கள் என்று கனிந்துரைத் திருப்பேனே!!

ஏமாற்றம் கொள்ள செய்யாதே!!

பழுத்த நரை
நடக்க விடாத வலி
பேச தவிக்கும் நாக்குகள்
பாசத்திற்கு ஏங்கும் இதயம்

முதிர்ச்சியால் பரிதவிக்கும் நம் முதியோர்கள்
அவர்கள் ஏங்குவது பாசத்திற்கும் ,பந்தத்திற்கும் மட்டுமே

அரவணைத்து அன்பு கொடுங்கள்..

விஞ்ஞானமும் நாமும்!!

மூளைக்கு வேலை கொடுத்து அறிவை அறிமுகப்படுத்திய
விஞ்ஞானிகள்
வேலை செய்யக் கூட மூளை இயந்திரம் வேண்டும் என
சிந்திக்கும் சோம்பேறிகள்

சிந்தித்து கொண்டே இருந்தால் பலன் அறியாது..
முயற்சித்தால் எதுவும் சாத்தியமே!!

விதியா ? சதியா?

மேகத்தை கரைத்து இப் பூமிக்கு தண்ணீர்
தரும் இறைவனே!!

இப்பூமியில் என்னை படைத்த இறைவனே!!
எனக்கென யாரையும் தர மறுக்கிறாயே..
ஏன்??

தனித்து வாழ வேண்டும் என நீ எண்ணியிருந்தால்
மிருகமாய் படைத்திருக்கலாமே!!

பூர்வ ஜென்ம பாவத்தின் பலனை

மறு ஜென்மத்தில் அனுபவிக்க வேண்டும் என்றால்

பூர்வ ஜென்ம ஞாபகங்கள் மட்டும் ஏன் இல்லை

ஏதும் அறியாமல் நான் ஏன் தண்டனை அனுபவிக்க
வேண்டும்??

விதியா? சதியா?

"கோடியும்" தெரு கோடியும்!!

கிடைத்த உணவு
கண்ணை கசக்கும் நொடிகள்
கடவுளிடம் ஏந்தி நிற்கும் நிமிடம்
கிருகிருத்து போகுதையா ...
ஏழை கண்டு பிதற்றாதே
பிறப்பால் யாவரும் பணக்காரன் அல்ல..

நான் அறியேன்!!

பிறக்கையில் பிணி கொள்வேன் என்று
நான் அறியேன்!!
உணவுக்கு ஊசலாடுவேன் என்று
நான் அறியேன்!!
உயிர் காக்க போராடுவேன் என்று
நான் அறியேன்!!

ஏன்? இவ்வளவு கொடுங்கோல் என்றும்
நான் அறியேன்!!

உடைந்தேன்!!

உடைந்தேன்
உடைக்கப்பட்டேன்
உன் உதட்டி நின்று
வெளிப்பட்ட வார்த்தையால்...

தாய்மை!!

ஈன்ற நாள் முதல்
இறக்கும் நாள் வரை...
நற்செயல்களை ஊட்டி வளர்த்து,
நல் ஒழுக்கங்களை கற்பித்து
சிறந்த மனித நேயமிக்க மாமகனாய்
உருவாக்குவது எம் தாயே

சிறு சிதறல்கள்!!

=> கடல் கடந்து கண்ணீர்
துடைத்து குடும்பத்திற்காக
உழைக்கும் உன்னத மனிதன்
அவனே !! _ * கலைஞன்*

=> ஆணவம் இருக்கும் இடத்தில்
அதிகாரத்துக்கு என்ன
குறைச்சல்..

=> எனக்கென இருந்த நட்பும்
என்னை விட்டுச் செல்வதனை
என் கண் முன்னே
பிரதிபலிக்கிறான் *இறைவன்*

=> நீயே விதைத்தாலும் அது
சூழலுக்கு ஏற்ப
மாற்றிக்கொள்ளும் ...
தன் நிலை _ ஐ

=> வீழ கூடாது என்று
எண்ணினால் எழ மறவ
மாட்டாய்...

=> ஆயிரம் முறை நான் வீழும்
போது தூற்றிய இவ்வுலகம்
தான்... நான் எழும் பொழுது
போற்றுகின்றது * காலம்*

=> எனக்குள் தஞ்சம் புகுந்த நீ..
எனக்கே தண்டனை அளித்து
விட்டாயே ....* இயற்கை*

=> வெட்டுக்கிளி சிறகடித்து
பறக்க விரிவானம் வியந்து
பார்க்க வித்திட்டவள் நீயே!!!
-- என் பூமித்தாயே...
வீதி ஓரம் உலா வரும்
தென்றல் காற்றை
விதைத்தவள்(மரம்) நீயே!! -- என்
பூமித்தாயே..

=> நேரமும் காலமும் மட்டுமே
மனித வாழ்வின் நிலைகளை
தீர்மானிக்கிறது...

=> உன் பிரகாசம் கண்டு அச்
சூரியனே திகைக்கிறது!!

* மனிதா எழுந்து கொள்*

* மனிதா விழித்துக்கொள்*

" நீ வீழ்ந்தால் தூக்கி விட உம் நிழல் கூட உதவாது"

முடிவுரை :

ஆயிரம் என்ன ? கோடி என்ன ?மூவாயிரம் யுகம் கடந்தாலும் அழியாத மொழி என் தமிழ் மொழியே!!

அழியாத நம் தமிழ் மொழியோடு என்றும் பயணித்து கொண்டே இருக்கிறது இக்கவிதை....

மொழியே அழகு தான் என்றாலும் மொழியோடு இணைந்து கவிதையும் புத்துயிர் ஊட்டுகிறது...

கவி படித்து உள்ளம் மகிழ்ந்த அனைவருக்கும் மனமார்ந்த நன்றிகள்!!!!!

கவிதை:

_ சி.சஞ்சனா ஸ்ரீ

ஆசிரியர் குறிப்பு:

சி. சஞ்சனா ஸ்ரீ , சி.சிற்றரசு - காஞ்சனா ஆகிய தம்பதியர்க்கு 11.10.2005 - இல் புதுக்கோட்டை மாவட்டம் அறந்தாங்கி வட்டம் மைவயல்
எனும் கிராமத்தில் பிறந்தவர்.

ஆறாம் வகுப்பு முதல் கவி மீது ஆர்வம் கொண்டு கவி எழுத துவங்கினார்.

ஏமாற்றங்கள் பல கண்டு ஏக்கங்களுடன் இருந்த மனம் எதையாவது சாதிக்க வேண்டும் என்று நினைத்ததால் புத்தகம் வடிவமைக்க ஆசை கொண்டார்.

வீழ்ந்து மடியும் முன் சாதிப்பது இலக்கு..

வெற்றி இலக்கு அல்ல

வெற்றியில் பயணிப்பதே இலக்கு..

www.ingramcontent.com/pod-product-compliance
Lightning Source LLC
LaVergne TN
LVHW040336171026
850499LV00046B/2110
* 9 7 8 9 3 9 1 4 2 3 5 3 7 *